Mga Tula ni Ginoong Pogi

Rojo Boy G. Gamino

Ukiyoto Publishing

All global publishing rights are held by

Ukiyoto Publishing

Published in 2021

Content Copyright © **Rojo Boy G. Gamino**

ISBN 9789367956977

All rights reserved.
No part of this publication may be reproduced, transmitted, or stored in a retrieval system, in any form by any means, electronic, mechanical, photocopying, recording or otherwise, without the prior permission of the publisher.

The moral rights of the author have been asserted.

This is a work of fiction. Names, characters, businesses, places, events, locales, and incidents are either the products of the author's imagination or used in a fictitious manner. Any resemblance to actual persons, living or dead, or actual events is purely coincidental.

This book is sold subject to the condition that it shall not by way of trade or otherwise, be lent, resold, hired out or otherwise circulated, without the publisher's prior consent, in any form of binding or cover other than that in which it is published.

Acknowledgements

Una, pinasasalamatan ko ang Diyos sa ibinigay niyang karunungan at talento upang makapagbahagi sa pamamagitan ng pagsusulat.

Naging inspirasyon ko ang ibang mga mahuhusay na manunulat katulad ni Gat Jose Rizal, na ginamit ang panulat para magpamulat sa mga matang nakapiring nang sa ganoon ay makakita ng liwanag ang mga taong nadidiliman.

Madalas tayong dalawin ng kabiguan sa ating paglalakbay subalit pakatandaan natin na hindi ito permanente bagkus katulad ng pagbuhos ng ulan, ito'y titila rin at matatapos.

Dine-dedicate ko ang librong ito na pinamagatang "Mga Tula ni Ginoong Pogi" sa lahat ng taong naging matatag sa kabila ng delubyong dumating sa kani-kanilang buhay.

Contents

Pangarap na Lang Kita	1
Anino na lamang	2
Nang lumuha ang kandila	3
Tanaw hanggang dulo	4
Larawan ng Kahapon	6
Nag-iisang Ikaw	7
Buhay at Hininga	8
Itim na Rosas	9
Ang Hinog Na Mangga	10
"Siya ang Pag-Asa"	11
Ang Pagtatapat ng Puso	13
"Bakas Ng Kahapon"	15
Masalimuot na Alaala	17
Online Class: Sa kamay ng Pandemya	18
Kailan ba darating ang tamang panahon?	20
Serbisyo Para sa Bayan	22
"Huling Salita ng Pag-Ibig: PAALAM"	23
Ikaw ang Liwanag sa Dilim	25
Bihag	26
Gitara	28
Halik ng Pagnanasa	29
"Ala-Eh!"	30
"Ginintuang Orasyon"	32
Tanging Hiling	34

Sa Huling Yakap	36
Libre lang Mangarap	38
Nang Masaktan ang Puso	40
"YUGTO"	43
"Araw + Buwan= TAYO"	44
Ang Tula Sa Aking Buhay	46
About the Author	47

Pangarap na Lang Kita

Sa likod ng mga tala,
ako'y nangangarap.
Muli kang mayakap,
sa twi-twina.

Ikaw ang nag-iisang hiniling,
sa buwang marikit.
Upang makapiling,
habang tayong dalawa ay malayang nakapikit.

Subalit isa na lamang itong munting pangarap,
Hindi na matutupad.
Sapagkat tuluyang nilipad,
pagmamahalang dating maliyab.

Kay sakit isipin—
istoryang mayroong hangganan.
Dati kang naging akin,
na ngayon ay bahagi na lang ng aking nakaraan.

Anino na lamang

Masaya tayong nagmamahalan,
ipinaglaban natin ang ating pagtitinginan.
Kahit ang mundo'y hindi sang-ayon sa atin,

Pinili nating lumaban,
kahit wala itong kasiguraduhan.
Pinili nating manindigan.

Subalit dumaan ang ulan,
nagbago kang tuluyan.
Pumait ang dating tamis ng ating pagmamahalan.

Tinalikuran ako't iniwan,
sa pagsapit ng dilim,
isa na lamang anino sa iyong paningin.

Nang lumuha ang kandila

Nagbibigay liwanag,
sa buhay kong malapit nang mabuwag.
Ikaw ang liwanag,
sa mga paningin kong malapit nang mabulag.

Nais ko sanang maging matatag
sa pag-alis mo'y pasakit ang iiwan.
Ayaw kong maging duwag,
kainin ng takot at kalungkutan.

Mainit na likido ng luha
dama ang pagsusumamo at dusa
Inaasam-asam na sana'y manumbalik,
ang matamis mong halik.

Pagtangis ng kandila,
ay siyang wakas ng paghihirap.
Muling namumukadkad,
ang kinang nitong kumukutikutitap.

Tanaw hanggang dulo

Dumadaan ang balakid, sinusubok katatagan.
Pagdarahop nalalasahan mga kamay nasugatan.
Tinitiis ang pasakit dala-dala'y kasawian.
Hinaharap pagdurusa kapalit ma'y kalungkutan.

Naagnas na pag-asa, kailan ba makakamit?
Tuluyan bang ikinulong, kalayaan iwinaglit.
Kapirasong kasiyahan, karahasa'y pinilit.
Mabalasik natamasa kapalaran iginuhit.

Kailan ba magwawakas, dinaranas na pighati?
Kalimutan ang kahapon, sisimulan nang ngumiti.
Gagamutin mga pasa, negatibo'y iwawaksi.
Katuparan katapangan, ipinamalas ibinahagi.

Pinatatag ng panahon, lumalaba't 'di susuko!
Magiting na mandirigma, hawak-hawak ang pangako.
Tagumpay ay 'binibigay, kalakasa'y na kay Kristo.

Ihahanda ang kalasag, tatayo na't matututo.

Bumangon sa pagkalugmok, sarili ay palakasin.
Pangamba at agam-agam itataboy— puputulin.
Ihahakbang mga paa, kalangita'y aabutin.
Malayo man ang liwanag, matiyagang hihintayin.

Larawan ng Kahapon

Ipinikit ang aking mga mata,
'di maikakaila ang pagpatak ng luha.
'Pagkat muli kitang naaalala,
sa bawat sandali ng ating pagsasama.

Puno man ito ng iba't ibang karanasan,
tangi kong dalangin ang iyong kaligtasan.
Bawat kapighatian ay may katapusan,
bawat lungkot ay mapapalitan.

Larawan ng isang kahapon,
na ibig kong kalimutan.
Gaano man ito kasakit para sa akin,
ngunit kailangan na natin itong tuldukan.

Hindi na natin p'wedeng balikan,
ang bawat nakaraan.
'Pagkat ito'y bahagi na ng isang larawan,
na kumupas na nang tuluyan.

Nag-iisang Ikaw

Sa mundong punong-puno ng hinagpis,
ang 'yong pag-ibig sa aki'y patuloy na bumibigkis.
Ilang beses man akong lumihis,
hindi mo hahayaan na patuloy akong tumangis.

Batid mo ang aking mga kahinaan,
sa kabila nito ay hindi mo ako tinalikuran.
Sa halip ako'y niyakap mo't binihisan,
pinawi mo ang sakit na aking nararamdaman.

Ikaw ay nag-iisa!
Hindi nagbabago noon, ngayon at bukas,
nagbibigay ng panibagong pag-asa,
upang harapin ang buhay na buo ang loob at may sapat na lakas.

Buhay at Hininga

Bago pumuti ang iyong buhok at kumulubot ang iyong mukha,

Lumabo ang mga mata at tuluyang mabingi ang dalawang tainga,

Alalahanin mo Siya sa panahong ika'y malakas pa,

At nagagawa mo pang tumawa.

Sapagkat darating ang takdang araw,

Lilisanin ang mundong ibabaw at ika'y papanaw.

Babalik kung saan ka nagmula—

Sa alabok na Kan'yang kinortehan, binigyan ng buhay at hininga.

Itim na Rosas

Babaunin ang tinik na bumaon,
Sa puso kong sinugatan ng panahon.
Tinangay nang malakas na alon,
Ang mga ngiting sumibol na gaya ng isang dahon.

Tila ba ang bawat araw ay puno ng pagluluksa,
Na patuloy na yumayapos tuwing sasapit ang umaga.
Hindi ko magawang bumangon, para bang napako sa sahig ang aking mga paa,
At ang pangangatawan ay nawalan na ng gana.

Ilang pagpatak pa ba ng luha ang aking bibilangin?
Ilang tula pa ba ang aking susulatin,
Upang ako'y iyo ring mahalin?
Ilang kasinungalingan pa ba ang iyong bibigkasin?

Ang Hinog Na Mangga

Napatingin ako sa punong iyon,
Hitik na hitik sa mayayabong na bunga.
Sa pakiwari ko'y maasim talaga,
Na parang akong kinikilig sa kanya.

Hindi ko mapigilan ang sarili;
Dali-dali akong umakyat upang ito'y kunin!
Sa aking pag panhik ako'y namamangha,
Dahil sa katakam-takam nitong hugis-pahaba.

Kaagad kong kinagat ang mangga,
Nabigla ako sa 'di inaasahang lasa!
Napangiti ako nang bahagya.
"Tama nga si inay," ito ang aking winika.

Huwag sukatin sa panlabas na kaanyuan,
Ang nakikita ng mga mata,
'Pagkat sa huli malalaman mo na—
'Di lahat ay mag katulad na gaya nang iba!

"Siya ang Pag-Asa"

Dumidilim ang kapaligiran,
Tila nagngangalit ang kalangitan.
Nagbabadya ng pangamba't takot,
Suliranin ang idudulot.

Kailan kaya ito magtatapos?
Tila tayo'y patuloy na ginagapos.
Ipadarama nito'y sa'tin ay hahaplos,
At sa atin ay mag-iiwan ng galos.

S'ya ang ating Pag-asa,
Pag-ibig Niya'y ating nadarama.
H'wag tayong mag-alala
'Pagkat siya'y kasama.

'Di Siya nagpapabaya,
Tulong Niya'y ating makikita.
Ikaw at ako ay kanyang iingatan,

'Di kailanman iiwanan.

Sa labanang ito,
Siya'y nandito—
Nasa tabi mo,
Bawat sigundo.

Ang Pagtatapat ng Puso

Nakangiting mukha
Animo'y walang pasaning dinadala;
Ang hindi nila alam,
Pagod na akong mag kunwaring masaya!

Sa likod ng bawat halakhak,
Nagtatago ang pusong nagdurugo.
Paulit-ulit akong binugbog ng matatalim mong pananalita!
Hanggang sa unti-unting madurog.

Hindi pa sila nakuntento,
At winasak ang munti kong pangarap,
Kaya't heto ako ngayon hindi makalipad,
Pakiramdam ko nga'y wala akong halaga!

Subalit sa kabila ng sakit at pait,
Sa kamay ng mga taong mapang-abuso't malulupit,

Pinili ko pa ring magmahal at magpatawad
Kahit pa sa mga taong maitim ang budhi at huwad.

"Bakas Ng Kahapon"

Pilit mong 'sinasara ang langitngit ng kahapon
Upang ito ay tuluyang maglaon.
Nasa 'yong mga kamay kung paano ka babangon,
Pagka't ang bukas ay s'ya mong haharapin.

Bisyo man ang sa iyo'y umalipin,
Tila tanikala ang pasanin.
Hirap man ay 'yong titiisin
Magdusa man ang 'iyong damdamin.

Hindi maitatanggi ang baliw mong kaisipan
Na bunga ng iyong gutom na kalamnan.
Saan hahantong ang iyong kinabukasan?
Kung ang tinatahak mo' y madilim na daan.

'Wag magpadala sa maling akala
Na ang gayuma ang tangi mong pag-asa,
Parang pabango na may dalang alingasaw

At sa kanya ay pupukaw.

Pilitin mo sanang magbago
Ito ay di para sa iba, kundi sa 'yo.
Huwag ka sanang manghina, ni manlumo
'Pagkat pwede ka pang tumayo.

Bakas ng kahapon ay 'yong tuldukan
Lumaya ka ng tuluyan gaya ng isang ibon.
Lumipad ka hanggang sa kataas-taasan
Hangad niya ang iyong kaligayahan.

Masalimuot na Alaala

Sisikat ang umaga
at lulubog naman tuwing gabi,
subalit naroroon pa rin ang hapdi,
ng ating mga alaala.

Gusto kitang kalimutan,
ngunit paano nga ba?
Gayong sa bawat pagmulat ng aking mga mata,
ang mga kaganapan 'di mawaglit-waglit sa 'king isipan.

Kinulong mo ako sa isang kasinungalingan
nalunod ako sa mga mabulaklak mong pananalita.
Pinaikot at pinasakay mo sa masayang sandali ng ating pagsasama,
at sa huli iiwanan mo rin pala.

Hanggang ngayo'y gapos pa rin ako sa nakaraan.
Bitbit ang mga masalimuot na pangyayaring tila walang katapusan.
Kailan ba matatapos ang lahat?
Kung ang sugat ay nagpeklat na sa 'king balat!

Online Class: Sa kamay ng Pandemya

Batid natin ang hirap ng sitwasyong kasalukuyang nararanasan,
Mag-aaral ay naipit sa panukalang inilatag ng ahensya,
Na maging susi at tulay ang teknolohiya,
Sa edukasyon ng mga kabataan.

Ngunit, paano ang ilang mga estudyante na salat sa anumang pangangailangan?
Matutustusan ba ang gadyet na kanilang kailangan?
Para sa ganitong uri ng klase na sa kanila ay inilaan,
Handa nga ba ang ating mga guro para sa ganitong pamantayan?

Bilang isang estudyante "ako'y labis na nangangamba sa aking kinabukasan!"
'Pagkat kagaya ng iba'y danas namin ang matinding kahirapan,

Baka bukas makalawa kagutuman na ang pumatay sa amin,

Maituturing na isang malaking dagok ito para sa pamilyang naghihikahos ng kakainin.

Sa kapipiranggot na sweldo ng aking mga magulang kami'y umaasa,

Hindi naman sapat ang kanilang kinikita upang mapagkas'ya.

Para makabili ng laptop upang magamit sa 'king pag-aaral,

Kaya't heto ako ngayon nakatingin sa kalangitan at patuloy na nagdarasal.

Alam kong napakahalaga ng edukasyon sa ating buhay,

Ngunit sa ganitong klaseng sakuna—panahon na upang iparamdam ang pagdadamayan,

Bukas palad sanang tulungan ang mga kabataang nangangailangan,

Nang sa gayon ay panghawakan ang tunay na pag-asa sa kanilang mga kamay.

Kailan ba darating ang tamang panahon?

Buong maghapon naghihintay,
Darating ka ba o hindi na?
Nangalay na ang tuhod kahihintay,
Para kang hangin na nagparamdam at 'di muling nagpakita.

'Sing pait ng ampalaya,
Nalasap ko habang unti-unting nginunguya!
Ang mapanlinlang mong pangako,
Na dumurog at lumusaw sa mahina kong puso.

Kailan ba darating ang tamang panahon?
Natutuyo na ang mga dahon.
Pumaroo't pumarito na ang alon,
Sana'y bumalik ka na ngayon.

At kung sakaling hindi na,
Asahan mong mamahalin pa rin kita.

Sabihin man akong martir ng nakararami,
Aking titiisin—huwag mo lang akong lilimutin.

Serbisyo Para sa Bayan

Panganib man ay susuungin,
Magampanan lamang ang tungkulin.
Hindi magdadalawang isip na tahakin,
Ang daang animo'y bangin.

Sariling kaligtasan ay isinasaalang-alang,
Maihatid lang ang bawat pangangailangan ng mga kabataan,
Hindi nag-atubiling gawin lahat ang makakaya,
Kapaguran ay hindi alintana.

Walang katumbas na halaga,
Sakripisyong ginawa,
Bagamat ang ating bansa—
Iginapos ng kalabang 'di nakikita.

Marapat na bigyan ng pagpupugay,
Ang mga gurong hindi man lang nanlulupaypay.
Sa halip naging motibasyon ang pandemya,
Upang patuloy pa rin tayong maniwala sa Kanya.

"Huling Salita ng Pag-Ibig: PAALAM"

Sa tagpuan nating dalawa,
Ako'y nagpasya,
Habang ang mga luha'y unti-unting kumakawala,
Sa katotohanang kwento nati'y nagtapos na.

Tinatapos ko na ang ating ugnayan,
Mahal kita ngunit ito ang kailangan;
Malaya ka na sa piling ng iba,
Hanggang dito na lang aking sinta.

Babaunin ko na lamang ang ating mga alaala sa aking paglisan,
Mga gabing ating pinagsaluhan na puno ng tawanan;
Ayoko sanang bumitiw sa ating sumpaan—
Na ikaw at ako sana'y magkatuluyan.

Tanggap ko na—sa kanya ka masaya,
Wala ako nang kung anong meron siya;

Nais ko sanang malaman mo na MAHAL KITA,
Ngunit hanggang dito na lang at PAALAM NA.

Ikaw ang Liwanag sa Dilim

Bumuhos ang malakas na ulan,
Tila tayo'y nalulunod na naman;
Sa pagsubok na patuloy nating nararanasan,
Pagdurusa ang ating kinasadlakan.

Liwanag ng araw ay pansamantalang natabunan,
Delubyo ay hindi na kayang mapigilan.
Tayo'y nakaranas ng matinding paghihirap,
 Hirap ng kalooban ang sa ati'y yumakap.

Ikaw ang tanging liwanag sa dilim,
Pagdarasal nang mataimtim—
Ang mabisang sandata namin,
Dahil walang imposible basta't ikaw ang kapiling.

Anuman ang kaharapin,
'Di mo kami iniwan at pinabayaan!
Tunay nga na dapat ka naming kilalanin,
Bilang tagapagligtas ng sangkatauhan.

Bihag

Ikinukubli nang makailang ulit,
Ang lahat ng pasakit,
Na idinulot mo't inukit,
Habang mga mata'y nakapikit.

Unti-unting dinudurog,
Ang pusong sa iyo'y nahulog,
Matapos mong pakiligin,
Hindi mo pala ako aangkinin.

Sa mga bituin nakatingin,
Malayo ang tanaw nitong aking paningin.
Alaala ay aking susungkitin,
Sa buwang pilit kang inilalayo sa akin.

Binihag ng maling akala,
Na tayo pa ring dalawa.
Subalit ang iyong mga kamay,

Pag-aari na ng iba— habang kayo'y naglalakbay.

Wala nang magagawa,
Kundi ang lumuha,
Palihim na masusulyapan,
Ang huling sandali na ika'y matanawan.

Gitara

Sa himig ng musika,
Sa tugtog ng gitara.
Tawagin lahat ng barkada,
Tayo ay bubuo ng kanta.

Sa awiting masaya!
Tayo ay magsama-sama.
Kislap ng mga mata,
Tinig mo'y aking nadarama.

Umindak-indak,
Mga paa'y ipadyak!
Sabayan mo pa ng bawat halakhak!
Mga kamay ating ipalakpak.

Tumalon- talon,
Na parang bagong taon!
Lubos-lubusin,
Ang bawat pagkakataon.

Halik ng Pagnanasa

Dumampi sa 'king balat ang kakaibang init,
 Nakapapasong halik, niyakap nang mahigpit.
Inangkin ngang lubusan katawa'y idinikit,
 Liwanag nitong buwan gumahasa't umakit.

Niyurakan ang dangal pangarap ko'y winasak,
Sa pansariling hangad ng maitim mong balak!
Mapagkunwaring huwad sa aki'y nagpahamak,
Lango sa bisyo at alak, karahasa'y sumadlak.

 Kailan maglalaon itong sakit at hapdi?
Nakaraa'y sumugat ako ay nanatili!
Iniwan mong duguan ang aking kamay at iyong itinali
Pinagtawanan ako sa ginawang mali!

Nagdidingas na apoy kusa ngang naapula,
Magpapatuloy ako hawak ang bagong pag-asa.
Gaya ng isang tubig, humugas sa aking paa,
Hindi magpapatinag 'pagkat Siya'y kasama.

"Ala-Eh!"

Halina't maglayag sa katirikan ng araw,

Habang pinagmamasdan natin ang bughaw na kalangitan,

Ika'y pumarito upang iyong matanaw—

Magagandang tanawin, na masasaksihan ng iyong balintataw.

Napakagandang atraksyon sa mga turista–

Ang lugar ng matabungkay at sad'yang kaakit-akit ang ganda,

'Pagkat mayroong itong pino at puting buhangin–

Oh kay sarap maglakad sa tabing dagat at damhin ang malamig na simoy ng hangin.

Hindi matatawaran ang ligayang nadarama ng bawat pamilya,

Masisilayan sa mga mata ng bawat-isa ang totoong saya,

Na hindi matatawaran ng kahit ano pa mang ginto't pilak—

Ang makita silang nagtatampisaw at humahalakhak.

Ipinagmamalaki ito ng mga taga-Nasugbu
'Pagkat ilang mga pelikula na ang nakunan rito
Ako'y saksi sa kaaya-ayang lugar na ito,
Tahimik at talagang swak na swak sa iyong panlasa't bulsa.

"Ginintuang Orasyon"

Ano itong aking nadarama?
Tila ako'y iyong ginayuma —
Kaakit-akit mong ganda,
Na sa mga mata ko'y humahalina.

Laman ka ng aking isipan,
Sa pagtulog ko'y ikaw ang aking napapanaginipan,
Hindi ako mapakali 'pag 'di kita pinagmamasdan,
Mga ngiti mo'y sintamis ng pulot-pukyutan.

Araw-gabi ikaw ang nais makatabi
Mapupulang labi na kay sarap halikan,
Init ng iyong mga yakap na nais kong balik-balikan,
Ligayang aking nararamdaman ayoko nang pakawalan.

Ano nga bang meron ka?
At ang puso kong ito ay nababaliw na
Hinahanap-hanap kita sa t'wi-t'wina,

Napa-ibig mo ako ng iyong salamangka.

Himig mo'y tulad ng isang musika,
Na sa aking tainga ay nagbibigay-ligaya
Ikaw at ako ay kanyang itinadhana,
Pagmamahalan nating dalawa ang siya palang nakatadhana.

Pag-ibig na bunga ng iyong mahika-
Pinayabong ng totoong pagmamahalan,
Pag sinta ko sa 'yo'y pang-matagalan,
Mawala man ang bisa ng ginintuang orasyon.

Tanging Hiling

Ako'y maghihintay,
Sa habang buhay,
Na muli kang mayakap at mahagkan.
Dalangin ko'y ikaw sana ay mahawakan.

Minamasdan ang maamo mong mukha,
Na sa aking panaginip ay natatanaw ka.
Himig ng musika na nais ko pa ring madama,
Na makita at makasama ka aking sinta.

Ikaw ang tanging hiling sa mga bituin,
Ang makapiling ka sa dakong alapaap.
Sa araw ng pasko—
Ikaw sana ang matanggap kong regalo.

Simo'y ng hangin,
Bulong nito'y dapat kitang mahalin.
Hanggang sa araw na tayo'y magkita,

Marinig mo sana ang munting sigaw ng aking damdamin.

Sa Huling Yakap

Sa bawat umaga ay kasama ka,
Mga ngiti mong kay tamis at kay ganda.
Nasilayan ng aking mga mata,
Kahit pa marami tayong problema.

Ikaw ay nanatiling positibo't masaya;
Tunay ka ngang kahanga-hangang talaga.
Sa kanlungan mo ako'y 'di kailanman mag-iisa,
Dahil lagi kang nariyan sa aking tabi Ina.

Subalit binalot tayo ng kaba,
Sigawang umalingawngaw sa aking tainga.
Nasa likod pala kita!
Yakap-yakap ako't 'di mo binitiwang mag-isa.

Sa huling yakap ni nanay,
Naramdaman ko na siya'y aking karamay.
Putok ng baril na sa kanya ay nagpahandusay,

Kasunod no'n ang pagbitiw ng mahigpit niyang hawak sa aking kamay.

Kahit ang kamatayan ay hindi tayo kayang paghiwalayin,

'Pagkat pag-ibig mo'y sumasa-akin.

Wala ng makapaghihiwalay pa sa atin,

Dahil sa kabilang buhay tayo'y magkikita pa rin.

Libre lang Mangarap

Mga pangarap ay matutupad,
Basta't marunong kang lumipad.
Kagaya ng mga agila sa kalangitan
Na kay taas ng naaabot.

Huwag kang hihinto!
Kahit ang daming gumugulo.
Huwag kang pàpayag na tuluyang itong guguho,
Mga plano mong iyong binuo.

Libre lang mangarap,
Para sa taong may pangarap.
Ito rin ay 'yong makakamit!
Manalig ka lamang gaya ng isang paslit.

Tagumpay ay mapanghahawakan,
Bukas ay may kaliwanagan.
Ito ay 'yong masisilayan,

Huwag mo lang itong bibitiwan.

Bumangon ka't simulan ang bukas,
Tahakin ang daan patungong kalawakan.
Kadiliman ay magwawakas,
Liwanag ay makakamtan at masisilayan!

Nang Masaktan ang Puso

I. Bakit mo ako iniwan?

Nagdadalamhating puso, ikaw ang siyang dahilan,
mula nang ako'y 'yong iwan sa dati nating tagpuan.
Hindi ka man lang nagpaalam, bigla na lang lumisan.
Tinahak ang ibang daan, naglaho ka nang tuluyan.
Gusto sana kitang sundan ngunit 'di na matanawan—
nitong matang lumuluha't patuloy naguguluhan.

II. Bakit mo ako ipinagpalit?

Taksil na aking inibig, ako'y 'yong pinaglaruan!
Ibinigay ko ng lahat, nakuha mo pang palitan!
Hindi pa ba sapat, kaya ba ako'y hiniwalayan?
Nasaan na ang pangako, iyo nang kinalimutan?
Binura at binasura ang ating pagmamahalan.
Nilukot na alaala sa mga gabing nagdaan.

III. Siya ba'y nakahihigit kaya pinili?

Siya ba'y nakahihigit at may angking kag'wapuhan?
Kaya't pinili mo siya kahit pa ako'y masaktan!
Naibibigay n'ya ang lahat— araw maging itong b'wan,
na hindi ko maibigay ni hindi rin mahawakan.
Wala na ba akong pag-asa pang muli mong mahagkan?
Pinutol mo ang sinulid at tuluyang tinuldukan.

IV. Minahal mo nga ba ako?

Nais kong malaman ito— tanong ng aking isipan.
Minahal mo nga ba ako nang buong ako't lubusan?
Tila hindi naramdaman, isang kasinungalingan!
Yaong ipinakita mo'y nagdulot ng kapaitan!
Sinayang lamang lahat, pagmamahal na inilaan!
Sana'y 'di na nakilala 'pagkat puso'y sinugatan!

V. Bakit hindi mo ako nagawang ipaglaban?

Akala ko kapag mahal mo, handa kang ipaglaban?
Pero ako'y nagkamali, 'di n'ya nagawang lumaban,
dahil sa una pa lamang, wala naman akong laban!

Gaya ng 'sang kasabihan— walang kasiguraduhan,
itong relasyon natin kung madali mong susukuan.
Kaya pala naging gan'on— humantong sa hiwalayan!
VI. Puwede bang ako na lang?

Nais ko sanang humiling sa bughaw na kalangitan.
Baka sakaling pagbigyan itong munting kahilingan.
Puwede bang ako na lang ang piliin mong pintahan?
Upang sakit ay maghilom at hindi na mahirapan
'pagkat sa istorya nating dalawa, ako'y luhaan.
Sana bukas makalawa'y limot na ang nakaraan.

"YUGTO"

Muling sisibol ang panibagong bukas,
Upang manindigan ka't maging malakas.
Panahon na upang maghilom ang peklat—
Na nagmarka sa 'yong porselanang balat.

Ang araw ay makikita natin muli,
Pagkatapos ng ula'y may bahaghari.
Likas sa 'tin ang madapa't masugatan—
'Di patitinag sa anumang labanan.

"Araw + Buwan = TAYO"

Ikaw ay ang buwan at araw ay ako,
Magkalayo at 'di magkatagpo,
Lumulubog at lumilitaw sa magkabilang dako,
Gayunpaman tayo'y naaninag pa rin sa iisang mundo.

Pagsapit ng bukang liwayway—
Naroon ako matiyagang naghihintay,
Nagbabakasakali muli kang makasabay ---
At mahawakan man lang ang malambot mong mga kamay.

Sa alapaap na itinuturing nating tagpuan,
Nananabik ang mga agila na tayo'y muling masilayan,
Subalit naging marahas sa atin ang tadhana,
'Pagkat pilit tayong pinaghiwalay ng pasya ni Bathala.

Masakit isipin na darating ka sa gabi at ako nama'y umaga,

Ang mga linyang ito ang tinik sa ating pagmamahalang dalawa,

Ikaw ay para sa akin --- ako'y para sa'yo sinta,

At hindi ako papayag na kwento nati'y tuluyang magtapos na.

Ang Tula Sa Aking Buhay

Kung walang tula sa mundo hindi ko maihahayag–
Ang nilalaman ng aking puso't isipan sa madla,
Natutunan kong pahalagahan ang bagay na ito,
'Pagkat ito'y bahagi ng buhay ko hanggang pagtanda.

Bilang isang manunula(t)—tula ang aking sagisag,
Upang maipadama at mabuksan ang bawat mata.
Na patuloy pa ring nakapiring sa dilim na ito,
At sa bawat umaga ay may panibagong pag-asa!

Patuloy kong isusulong ang aking pagpapahayag!
Ito ang layunin ko kung bakit ako kumakatha:
Nagsusulat para magbahagi't higit na matuto.
Hindi mapapagod, 'di titigil dahil mahal kita!

Mananatiling gabay ang tula para mailatag—
Ang natatanging mensahe na dapat ninyong mabasa,
Magbibigay ng kaliwanagan na huwag sumuko!
Magpatuloy na maniwala-- adhikaing maganda!

About the Author

Ako ay isang simpleng manunulat na nais magbahagi ng aking tula, layunin kong makapagbigay inspirasyon sa lahat ng mambabasa. Mahilig din akong kumanta, naniniwala ako na ang bawat tagumpay ay katulad ng saranggola, kay taas lumipad upang abutin ang mataas na kalangitan.

Ang kauna-unahang libro ko ay pinamagatang "Nang Manlamig ang pag-ibig" ito ay self publish ko dahil pangarap ko talagang matupad ang aking pangarap, ang magkalibro.

Isa rin ako sa register author/writer ng NBDB (National Book Development Board).

Maraming bagay ang dapat kong ipagpasalamat ngayong taon sa kabila ng mga pagsubok na aking kinaharap bilang isang indibidwal.

Sa Diyos ang lahat ng Pinakamataas na Papuri!

www.ingramcontent.com/pod-product-compliance
Lightning Source LLC
LaVergne TN
LVHW041553070526
838199LV00046B/1935